The TET Pole

Sự Tích Cây Nêu Ngày Tết

The Story of the TET Festival

By Trần Quốc

Illustrated by
Nguyễn Bích

East West Discovery Press
Manhattan Beach, California

Once upon a time, no one knows how long ago, the country was taken over by devils. The people depended on them for food and shelter and worked as sharecroppers on the devils' land.

To do anything, the people had to wait for permission from the devils. If they had something good to eat, they had to present some to the devils first. Gradually, the devils started treating people worse and worse. Each year, they doubled or tripled the amount of produce that the people had to pay them in tribute.

Ngày xưa, đất nước bị loài quỷ chiếm đoạt. Người chỉ được ăn nhờ ở đậu và làm rẽ ruộng đất của quỷ.

Người muốn làm điều gì đều phải chờ lệnh của quỷ. Có miếng ăn ngon, người phải biếu quỷ trước. Quỷ đối với người ngày càng tồi tệ. Mỗi năm chúng tăng gấp đôi, gấp ba số của cải người phải cống nạp.

In the end, they forced the people to accept a regulation issued by the Lord Devil called "take the tip, leave the roots."

Threatened by the devils, the people were very frightened and had to accept this proposal. Therefore, after the harvest, the people could only sit and weep, looking at the vast open fields of dry stubble.

Cuối cùng chúng bắt người phải chấp nhận thể lệ do chúa quỷ đặt ra là: "ăn ngọn cho gốc".

Người bị dọa nạt, sợ quá phải theo ý chúng. Vì thế sau vụ gặt, người chỉ còn biết ngồi khóc nhìn những cánh đồng mênh mông trơ ra những gốc rạ khô khốc.

3

There was nothing left for the
people to eat—nothing on which to live.
Many, many people died of starvation. At the
same time, the devils ate their fill, lived it up
and roared with self-satisfied laughter.

Người không còn gì để ăn, để sống, chết đói
nhiều vô kể. Trong   khi đó bọn quỷ
lại no nê phè
phỡn, cười
reo đắc ý.

Watching all this, Buddha felt
great sympathy for the people and
sought a way to help them resist
the cruel and greedy devils. For
the next crop, Buddha told the
people to trench up the earth into
mounds and grow sweet potatoes
rather than rice.

Phật thấy vậy thương người lắm, tìm
cách giúp người chống lại lũ quỷ tham lam
tàn nhẫn. Mùa sau, Phật bảo người vun đất
thành luống trồng khoai lang thay lúa.

5

Accustomed to eating as they had after the previous harvest, the devils announced to the people with great importance, "This time we continue take the tip, while you people are free to eat the roots. Don't forget!"

Quỷ bén mùi quen ăn như vụ mùa trước, khệnh khạng bảo người: "Lần này ta vẫn ăn ngọn, cho các người tha hồ ăn gốc. Nhớ đấy!"

At harvest time, the people were overjoyed when they brought the bulging, fat sweet potatoes back to their homes and poured them out into enormous piles. For the devils' portion, however, there were countless sweet potato stems and leaves. The devils were furious but, because "take the tip, leave the root" was a rule that they themselves had issued, they had to bite their lips and could put up no argument.

Đến ngày thu hoạch, người sung sướng gánh những củ khoai mập mạp về nhà đổ thành từng đống to tướng. Còn lại vô số những dây và lá khoai là phần của quỷ. Quỷ tức lắm, nhưng thể lệ "ăn ngọn trả gốc" do chúng đặt ra, nên đành cắn răng chịu, không chối cãi vào đâu được.

In a fit of anger, the Lord Devil banged the table and forced the people to follow a new rule. "For this crop, we shall eat the root and you people will be left with the tip."

Chúa quỷ giận dữ bắt người phải theo lệ mới: "Mùa này ta ăn gốc, còn phần ngọn cho lũ người chúng bay."

9

Seeing this,
Buddha told the
people to switch
back to growing
rice.

Phật thấy vậy bảo người lại
chuyển sang trồng lúa.

There was a bumper rice crop that year. Golden grains of paddy glowed as the people carried them home and poured them into baskets and jars. From the first gleam of daylight, each house echoed with the sounds of milling and grinding rice. Out in the fields, there was only the stubble—the devils' share of the crop. Losing the crop once more, the devils were furious. The Lord Devil thought over the matter carefully and issued a new rule. "For this crop, we will have both the root and the tip."

Vụ lúa năm ấy bội thu. Những hạt thóc vàng óng theo người về nhà, chảy vào đầy bồ, đầy chum. Từ sớm tinh mơ, nhà nào cũng vang lên tiếng xay lúa gạo… Ngoài đồng chỉ còn trơ những gốc rạ phần quỷ. Bị hỏng ăn lần nữa quỷ giận lắm. Chúa quỷ suy đi tính lại rồi đặt ra lệ mới: "Vụ này chúng ta ăn cả gốc lẫn ngọn."

This time,
Buddha gave the
people maize
seeds to plant
everywhere.
The maize cobs
sprouted neither
at the tip of
the plant nor
at the root, but
grew gradually
halfway up the
stem. Each cob
swelled fat, full
of sturdy grains.

Lần này Phật trao cho người
hạt giống cây ngô để gieo trồng
khắp mọi nơi. Những bắp ngô
không trổ ở đầu cây, cũng không
phình ra ở gốc cây mà lớn dần
lên ở giữa cây. Bắp nào cũng mập
mạp, đầy hạt chắc nịch.

15

Though there was still paddy left in people's houses, basket loads of maize were brought back and poured out everywhere.

Trong nhà người, thóc ăn chưa hết thì từng gánh ngô đã ùn ùn kéo về để đầy bồ, đầy sọt.

The devils were furious at this sight and spent several days roaring with anger. In the end, they forced the people to return all the land, not leaving them a single plot. The devils screamed out, "It is better that we have nothing than that you lot have everything!"

Quỷ nhìn thấy cảnh ấy thì giận lắm, gầm gào suốt mấy ngày liền. Cuối cùng chúng bắt người phải trả tất cả ruộng đất, không chừa cho một mảnh nào. Lũ quỷ rít lên: "Thà chúng tao không được cái gì, còn hơn là để chúng mày hưởng tất."

Buddha told the people to negotiate with the devils to buy a piece of land as large as the shadow cast by a monk's cloak. They should erect a bamboo pole and hang a monk's cloak from the top. The people would claim ownership over as much land as the shadow of the cloak covered.

Phật bảo người điều đình với quỷ cho tậu một miếng đất vừa bằng bóng một chiếc áo cà sa. Nghĩa là người sẽ trồng một cây tre trên đó sẽ mắc chiếc áo cà sa. Hễ bóng chiếc áo che tới đâu thì người được quyền sở hữu đất đến đó.

The people met with
the devils to ask to buy some land. At first,
the devils refused. However, after discussing and calculating the
matter, they realized that the people wanted to buy very little land,
at a price that was a good bargain. So they agreed. "A plot the size
of a monk's cloak is worth hardly anything," the devils thought. The
two sides wrote an agreement: "Outside the area covered by the
cloak's shadow belongs to the devils, within belongs to the people."

Người đến gặp quỷ xin mua đất. Lúc đầu quỷ không đồng ý, nhưng rồi chúng bàn bạc suy
tính thấy đất cho người tậu thì ít mà giá lại rất hời nên nhận lời: "Ồ một mảnh đất bằng chiếc
áo cà sa thì đáng là bao nhiêu!" Quỷ nghĩ thế. Hai bên làm tờ giao ước: "Ngoài bóng áo che là
đất của quỷ, trong bóng áo che là đất của người."

When the people had erected a bamboo pole, Buddha threw a cloak over the top to form a circular piece of cloth. Buddha then conjured a spell which made the bamboo grow taller and taller, right up into the blue sky. The shadow of the cloak gradually spread to cover the whole earth. Wherever the shadow spread, the devils had to pull each other back, gradually retreating, further and further. In the end, the devils were left with no land at all and had to escape to the Eastern Sea.

Khi người trồng xong cây tre, Phật liền tung áo cà sa bay lên thành một miếng vải tròn. Rồi Phật lại hóa phép cho cây tre cao mãi, lên đến tận trời xanh. Bóng áo cà sa dần dần che kín khắp mặt đất. Bóng áo che tới đâu, quỷ phải dắt nhau lùi tới đó, lùi dần, lùi mãi… Cuối cùng quỷ không còn đất ở, phải chạy ra biển Đông.

The devils were shocked and indignant that the fertile land now belonged to the people. They gathered together some troops and attacked the shore in order to retake the land. A herd of wild beasts with the devils violently attacked the people, provoking a hard and determined battle between the two groups.

Lũ quỷ hậm hực tiếc đất đai hoa màu đều thuộc về tay người. Chúng chiêu tập quân lính xông vào đất liền để cướp đất lại. Một lũ ác thú hung dữ ào ào xông tới khiến cuộc giao chiến giữa người và quỷ vô cùng quyết liệt…

23

Only by Buddha using his monk's staff to help the people fight the devils could the advance of the devils' army be stopped.

Phật phải cầm gậy tầm xích giúp người đánh quỷ mới làm cho quân của quỷ không tiến lên được.

At a loss, the devils immediately
sent soldiers to try and discover what
might make the Buddha frightened.
The Buddha told them that he was
most frightened of fruit, cone-shaped
rice cakes, rice balls and boiled eggs.
Buddha also knew that the devils were
terrified of dogs' blood, pineapple
leaves, garlic and lime.

Quỷ thấy bất lợi, liền cử quân đi dọ thám xem Phật sợ gì. Phật cho chúng biết Phật sợ hoa quả,
oản chuối, cơm nắm và trứng luộc. Phật cũng biết lũ quỷ rất sợ máu chó, lá dứa, tỏi và vôi bột.

When they next engaged in battle, the devil troops carried out a large quantity of fruit to throw at Buddha. Buddha told the people to pick up the fruit and use it as rations, then to go out and sprinkle dogs' blood everywhere. Seeing the dogs' blood, the devil troops were terrified and fled in confusion.

On the second occasion, the devils brought conical rice cakes and bananas to throw at Buddha. Buddha again told the people to gather them up for food, then to grind up garlic and spray it at the devil soldiers. The devil crowds feared the smell of garlic and ran off indiscriminately, without looking round.

On the third occasion, the devils ordered their soldiers to throw rice balls and boiled eggs at Buddha. The people ate as much as they wanted, then flung lime at the devils and thrashed them mercilessly with pineapple leaves. The devils could not run fast enough and were forced by Buddha into exile in the Eastern Sea.

Lần giáp chiến sau đó, quân của quỷ khuân rất nhiều hoa quả đến ném Phật. Phật bảo người nhặt làm lương ăn, rồi đem máu chó vẩy khắp mọi nơi. Quân của quỷ thấy máu chó sợ hãi bỏ chạy toán loạn.

Lần thứ hai, lũ quỷ đem oản, chuối vào ném Phật. Phật cũng bảo người nhặt làm lương ăn, rồi giã tỏi phun vào quân của quỷ. Đám quỷ sợ mùi tỏi, cắm đầu, cắm cổ bỏ chạy bạt mạng.

Lần thứ ba, quỷ sai quân ném cơm nắm, trứng luộc vào Phật. Người được dịp tha hồ ăn rồi dùng vôi bột tung vào quỷ, lấy lá dứa quất chúng túi bụi. Quỷ chạy không kịp, lại bị Phật bắt đày ra biển Đông.

The devils' relatives begged before Buddha, asking him to allow them to return to dry land for a few days annually to visit their ancestors' graves. Seeing them weep and weep, Buddha took pity on them and agreed.

For this reason, the Lunar New Year festival is the time each year when the devils return to visit dry land. According to ancient custom, people erect a New Year Pole so that the devils will not dare to approach the place where people are living. A crescent-shaped clay gong is placed on the pole and, when blown by the wind, its ring resounds for the devils to hear and to avoid. Pineapple leaves or banyan branches are tied to the pole to frighten the devils. People also draw the shapes of bows and arrows, with the arrows pointing eastwards, and sprinkle lime on the earth during the New Year festival to block the devils' way. As a result, the people have been able to make a peaceful living, and enjoy full and plentiful lives.

Họ hàng nhà quỷ van xin Phật cho chúng một năm được vào đất liền vài ba ngày thăm viếng phần mộ tổ tiên. Phật thấy chúng khóc lóc mãi, thương tình chấp thuận.

Vì thế cứ đến ngày Tết Nguyên Đán là ngày quỷ vào thăm đất liền. Người ta theo tục cũ, trồng cây nêu để cho quỷ không dám bén mảng vào chỗ người đang ở. Trên cây nêu có khánh đất nung, khi có gió rung thì tiếng động phát ra để quỷ nghe mà tránh. Trên đó cũng còn buộc lá dứa hoặc cành đa để cho quỷ sợ. Người ta còn vẽ hình cung tên hướng mũi nhọn về phía đông và rắc vôi bột xuống đất vào những ngày Tết để cấm cửa quỷ. Cũng từ đấy, mọi người mới được yên ổn làm ăn, cuộc sống mới được ấm no đầy đủ.

Text copyright © 2000 by Trần Quốc
Illustrations copyright © 2000 by Nguyễn Bích
English translation copyright © 2000 by William Smith
Project Director: Phạm Quang Vinh
Editors: Trần Hà, Marcie Rouman
Vietnamese Language Editor: Maria Nguyễn
Cover Design: Albert Lin
Production: Jennifer Thomas

First published in Vietnam in 2000 by Kim Dong Publishing House.

Library of Congress Cataloging-in-Publication Data

Trần, Quốc, 1955-
     The Tet pole = Sự tích cây nêu ngày Tết : the story of Tet festival / by Trần Quốc ;
illustrated by Nguyễn Bích. -- 1st U.S. bilingual English and Vietnamese ed.
          p. cm.
     Summary: A retelling of the traditional tale of how the Vietnamese people manage, with the
help of Buddha, to free themselves of the devils occupying their country and thereafter
celebrate this victory during the Lunar New Year Festival, also known as Tet.
     ISBN-13: 978-0-9701654-5-9
     ISBN-10: 0-9701654-5-5
     1. Vietnamese New Year--Folklore.   [1. Vietnamese New Year--Folklore. 2. Vietnam--Folk-
lore. 3. Vietnamese language materials--Bilingual.]   I. Nguyễn, Bích, 1925-   , ill. II. Title.
IV. Title: Sự tích cây nêu ngày Tết.
PZ90.V5T737 2006
398.209597
[E]
                                                                                                          2006009208

Hardcover: ISBN-10: 0-9701654-5-5
Hardcover: ISBN-13: 978-0-9701654-5-9

First U.S. Bilingual English and Vietnamese Edition 2006
Second printing
Printed in China
Published in the United States of America